അബ്ദുള്ള പേരാമ്പ്ര

കോഴിക്കോട് ജില്ലയിലെ പേരാമ്പ്രയിൽ ജനനം. കുറെക്കാലം ഇന്ത്യക്കകത്തും പുറത്തും പ്രവാസ ജീവിതം നയിച്ചു. ദുബായിയിൽ നിന്നും 'ഭാഷ' എന്ന പേരിൽ ഒരു ത്രൈമാസിക എഡിറ്റ് ചെയ്തിറക്കി. കവി, നോവലിസ്റ്റ്, ബാലസാഹിത്യകാരൻ, വിവർത്തകൻ, കോളമിസ്റ്റ് എന്നീ നിലകളിൽ ശ്രദ്ധേയൻ. ബാലസാഹിത്യമടക്കം 35 കൃതികൾ. 'നൽബാരിയിലെ അമ്മ' എന്ന നോവൽ കുട്ടികൾക്കുള്ള സിനിമയായിട്ടുണ്ട്. ആകാശവാണിക്കും ആൽബങ്ങൾക്കും ഗാനങ്ങൾ രചിക്കുന്നു. കഥയ്ക്കും, കവിതയ്ക്കും, ബാലസാഹിത്യത്തിനുമായി പതിനഞ്ച് പുരസ്കാരങ്ങൾ.

വിലാസം: അബ്ദുള്ള പേരാമ്പ്ര, മേഞ്ഞാണ്യം (തപാൽ), കോഴിക്കോട്,
പിൻ: 673525
Cell: 9846323768, E-mail: abdulaperambra@gmail.com

Malayalam Language
Mullakkadhakal
(Children's Literature)
by
Abdulla Perambra

♦

Published in May 2014
Second Impression December 2017
by Kairali Books Private Limited
Thalikkavu Road, Kannur.
Ph : 0497-2761200
E-Mail : kairalibooksknr@gmail.com

♦

Cover Design :
Prasanth Mangad

♦

Illustration :
Aravind Vattamkulam

♦

♦

Price ₹ : 140.00
13/14-15/Sl.No.611/POD250/NS 18.6
ISBN.978-93-86197-53-5

മുല്ലാക്കഥകൾ

(ബാലസാഹിത്യം)

അബ്ദുള്ള പേരാമ്പ്ര

കൈരളി ബുക്സ്

ചിരിയുടെ തമ്പുരാന് വയസ്സെത്ര?

മനുഷ്യചരിത്രത്തിൽ ഇന്നോളമുണ്ടായിട്ടുള്ള ഏറ്റവും മഹാനായ തമാശക്കാരൻ ആരാണെന്ന ചോദ്യത്തിന് ഒരു രണ്ടാംവട്ട ചിന്ത കൂടാതെ മുല്ലാ നസറുദ്ദീന്റെ പേര് നമുക്ക് പറയേണ്ടിവരും. എണ്ണമില്ലാത്ത തമാശകളിലൂടെ ലോകത്തെ ചിരിപ്പിക്കുകയും ചിന്തിപ്പിക്കുകയും ചെയ്ത ഈ ചിരിയുടെ തമ്പുരാനെക്കുറിച്ച് പക്ഷെ, ലോകത്തിന് അധികമൊന്നും അറിയില്ല. അദ്ദേഹത്തെക്കുറിച്ചുള്ള അനുമാനങ്ങളും സങ്കൽപങ്ങളും ആ ജീവിതത്തിന്റെ നിഗൂഢതകളെ പെരുപ്പിക്കുകയാണ് ചെയ്യുന്നത്. മുല്ലാ നസറുദ്ദീനെക്കുറിച്ച് എഴുതപ്പെട്ടതും പറയപ്പെട്ടതും സമാഹരിച്ച് ഗ്രന്ഥമാക്കിയാൽ വായിച്ചാലും വായിച്ചാലും തീരാത്തത്ര കഥകൾ ലോകത്തിനുമുന്നിൽ അനാവൃതമാക്കപ്പെടും. ഏതാണ്ട് 8 നൂറ്റാണ്ടോളം വരുന്ന ചരിത്രമാണ് ആ കഥകളുടെ പിന്നാമ്പുറത്തുള്ളത്.

1480ൽ എഴുതപ്പെട്ട ചില ഗ്രന്ഥങ്ങളിലാണ് മുല്ലയുടെ ആദ്യകഥകൾ പ്രത്യക്ഷപ്പെട്ടുതുടങ്ങുന്നത്. ഇതിഹാസങ്ങളുടെയും നാടോടിക്കഥകളുടെയും കൂട്ടത്തിൽ ഈ കഥകളും പ്രചാരം നേടുകയാണുണ്ടായത്. ഇതേ കൃതികളിൽനിന്ന് വ്യക്തമാകുന്നത് മുല്ലാ നസറുദ്ദീൻ ജനിച്ചത് ടർക്കീഷിലെ ഒരു ഗ്രാമത്തിലാണെന്നാണ്. 1208ൽ ആയിരുന്നു മുല്ലയുടെ ജനനം. എന്നാൽ വാദഗതിയെ ചോദ്യം ചെയ്തുകൊണ്ട് മുല്ലയുടെ ജനനം മറ്റൊരു ഗ്രാമമായ ഹോർത്തായിലാണെന്ന് വിശ്വസിക്കുന്നവരുണ്ട്. പഴയ ടർക്കീസിൽ തന്നെയാണ് ഈ ചെറുഗ്രാമവും സ്ഥിതി ചെയ്തിരുന്നത്. ഹൊർത്തോയിൽ നിന്ന് 1237ൽ അക്സേഹീറിലേക്ക് താമസം മാറ്റിയ മുല്ല അവി

ടെവച്ച് 1284ൽ മരണപ്പെട്ടെന്ന് കരുതപ്പെടുന്നു.

ദരിദ്രനായ ഒരു മതപുരോഹിതനായിട്ടായിരുന്നു മുല്ലയുടെ ജീവിതം. 'മുല്ല' എന്ന അറബി വാക്കുതന്നെ 'പുരോഹിത'നെ ധ്വനിപ്പിക്കുന്നതാണ്. ദാരിദ്ര്യവും കഷ്ടപ്പാടുകളും പരാധീനതകളും നിറഞ്ഞ ജീവിതത്തെ മുല്ല തന്റെ സ്വതസിദ്ധമായ നർമംകൊണ്ടും പ്രവൃത്തികൊണ്ടും നേരിട്ടു. ഒരുപക്ഷെ, സ്വന്തം ജീവിതത്തെ നിർവചിക്കുന്നതിന്റെ ഭാഗമായിട്ടാവണം ഇദ്ദേഹം നർമത്തെ സമീപിച്ചത്. ആഴത്തിലുള്ള ജീവിത നിരീക്ഷണത്താലും ഒറ്റപ്പെട്ട ജീവിതവ്യാഖ്യാനം കൊണ്ടും മാറ്റുരയ്ക്കപ്പെട്ട നർമ സങ്കല്പമായിരുന്നു അദ്ദേഹത്തിന്റേത്. ചിരിക്കാൻ വേണ്ടിയുള്ള വെറും തമാശകളായിരുന്നില്ല അവ. ജീവിതാവബോധത്തിന്റെ നേർപരിഛേദമായി അവ മാറുന്നത് നമുക്ക് കാണാം. അതുകൊണ്ടാണ് മുല്ലാക്കഥകളെ ആദ്യവായനയിൽത്തന്നെ ഒരു കാർട്ടൂൺ ഫലിതം ആസ്വദിച്ചു തള്ളുന്നതുപോലെ നമുക്ക് ഒഴിവാക്കാൻ കഴിയാതെ വരുന്നത്.

മിക്ക രാജ്യങ്ങളിലും മുല്ല നസറുദ്ദീൻ ഒരു ഇതിഹാസമാണിന്ന്. മധ്യേഷ്യയിൽ മാത്രമല്ല, ആഫ്രിക്കൻ രാജ്യങ്ങളിൽ പോലും മുല്ലാക്കഥകൾ പടർന്നുപന്തലിച്ച് ചിരിയും ചിന്തയുമായി തണലിട്ടു നിൽക്കുന്നു. ഓരോ രാജ്യവും മുല്ല തങ്ങളുടെ സ്വന്തമാണെന്ന് അവകാശപ്പെടുകയും പിതൃത്തത്തെച്ചൊല്ലി തെളിവുകൾ നിരത്തുകയും ചെയ്യുന്നത് ഇപ്പോഴും തുടരുന്നു. ഉസ്ബെക്കിസ്താനിലെ ജനങ്ങൾ ഉറച്ചുവിശ്വസിക്കുന്നത് മുല്ലയുടെ ജന്മനാട് 'ബുക്കാറ' യിലാണെന്നാണ്. ഉസ്ബെക്കിസ്താനിലെ ഒരു ചെറുഗ്രാമമാണിത്. ഗ്രീക്ക്, ഇറ്റലി, ഫ്രാൻസ്, റഷ്യ, ചൈന, അമേരിക്ക, പാക്കിസ്താൻ എന്നുതുടങ്ങി അനേകം രാജ്യങ്ങൾ മുല്ലയെ സ്വന്തമാക്കാനുള്ള വാദങ്ങൾ നിരത്താറുണ്ട്. തുർക്കി വംശജർക്കും ഗ്രീക്കുകാർക്കും നസറുദ്ദീൻ ഹോജയാണ്. മലയാളഭാഷയിൽ 'ഹോജാക്കഥകൾ' എന്ന പേരിൽ കഥകൾ പ്രസിദ്ധീകൃതമായിട്ടുണ്ട്. അറേബ്യൻ രാജ്യങ്ങളിലെത്തുമ്പോൾ മുല്ലാക്കഥകൾ ജുഹാക്കഥകളായി രൂപാന്തരപ്പെടുന്നത് കാണാം. ഓരോ രാഷ്ട്രത്തിലെ സംസ്കാരത്തിനും യോജിച്ചതരത്തിൽ വേഷം മാറുന്ന അപൂർവമായ കാഴ്ചയാണിത്. അങ്ങനെ നോക്കുമ്പോൾ വ്യത്യസ്തതലങ്ങളിൽ വായിക്കപ്പെടേണ്ട ഒന്നായി ആ കഥകൾ മാറുന്നു.

തുർക്കിയിൽ ഓരോ വർഷത്തിലെയും ജൂൺ 5നും 10നുമിടയിലുള്ള ദിവസങ്ങളിൽ മുല്ലാ നസറുദ്ദീൻ ദിനമായി കൊണ്ടാടപ്പെടാറുണ്ട്. ഒരു അന്തർദേശീയ ഉൽസവമാണിത്. തുർക്കിയിലാണ് മുല്ലയുടെ സംസ്കാരം നടന്നതെന്ന് ആ രാജ്യക്കാർ ഉറച്ചുവിശ്വസിക്കുന്നതിന്റെ ഓർമ പുതുക്കലാവുന്നു ഇത്. ലോകത്തിലുള്ള എഴുത്തുകാരും നാടകപ്രവർത്തകരും സിനിമാലോകവും ഈ ഉത്സവത്തോടനുബന്ധിച്ച് തങ്ങളുടെ സർഗസൃഷ്ടി നടത്താൻ ഇവിടെ എത്തിച്ചേരാറുണ്ട്. തുർക്കിയിലെ മുല്ലയുടേതെന്ന് വിശ്വസിക്കുന്ന കബറിടം ഒരു തീർഥാടന കേന്ദ്രമായി മാറിയിട്ടുണ്ട്.

പൊതുവെ നർമത്തെ നമുക്ക് പ്രധാനമായും രണ്ടായി തിരിക്കാമെന്നു തോന്നുന്നു. വായിച്ചോ കേട്ടോ കഴിഞ്ഞാൽ ആ നിമിഷത്തിൽ ചിരിയുടെ ഒരു ചെറുതിരയിളക്കമുണ്ടാക്കി ഇല്ലാതായിപ്പോവുന്നതാണ് അതിലൊന്ന്. ഒരു നീർക്കുമിളയുടെ ആയുസ്സേ അത്തരം നർമങ്ങൾക്കുണ്ടാവുകയുള്ളൂ. എന്നാൽ ഒരു അനുവാചകന്റെ ഉള്ളിൽ ചിന്തയുടെയും ദാർശനികതയുടെയും പെരുപ്പം സൃഷ്ടിച്ച് നമ്മെ കാലങ്ങളോളം പിന്തുടരുന്നതരം നർമങ്ങളുണ്ട്. അത്തരം തമാശകളിൽ ഒരു വലിയ ആശയലോകം അടയിരിക്കുന്നതായി നമുക്ക് കണ്ടെത്താൻ കഴിയുന്നു. മതവും ആത്മീയതയും രാഷ്ട്രീയവും എന്നുവേണ്ട നമ്മുടെ ചിന്താലോകത്തെ സർവവും ഇത്തരം നർമങ്ങളുടെ ആശയപ്രപഞ്ചത്തെ വിപുലപ്പെടുത്തി ഒരു വിസ്ഫോടനംതന്നെ സൃഷ്ടിക്കാറുണ്ട്. മുല്ലാ നസറുദ്ദീന്റെ ചിരികൾ ആ ഗണത്തിൽ പെടുന്നവയാണ്. ഒരു ഉദാഹരണം നോക്കുക:

ഒരിക്കൽ മുല്ല തന്റെ കഴുതപ്പുറത്തിരുന്ന് ചന്തയിലേക്ക് പോവുകയായിരുന്നു. കഴുതയുടെ പുറത്ത് വാൽഭാഗത്തേക്ക് മുഖംകൊടുത്താണ് മുല്ല ഇരുന്നിരുന്നത്. ഇതുകണ്ട ഒരു വഴിയാത്രക്കാരൻ മുല്ലയോട് തിരക്കി:

"കഴുതപ്പുറത്ത് പുറംതിരിഞ്ഞാണല്ലോ മുല്ലാ നിങ്ങൾ യാത്ര ചെയ്യുന്നത്?"

അപ്പോൾ മുല്ല പറഞ്ഞത് ഇങ്ങനെയാണ്

"ഹേയ്, ഞാൻ ശരിക്കുതന്നെയാണ് കഴുതപ്പുറത്തിരിക്കുന്നത്. കഴുതയാണ് പുറംതിരിഞ്ഞിരിക്കുന്നത്."

മുല്ലാക്കഥകളുടെ അന്തർധാരയായി വർത്തിക്കുന്നത് സൂഫിസ

ത്തിന്റെ ആശയലോകമാണെന്ന് നിരീക്ഷിക്കപ്പെട്ടിട്ടുണ്ട്. ഇത് പൂർണമായും ശരിയല്ലെങ്കിലും സൂഫിസം അദ്ദേഹത്തെ ആഴത്തിൽ സ്വാധീനിച്ചിരിക്കുന്നതായി കാണാം. പുരാതന മനുഷ്യരുടെ ജീവിതരീതികളും കാഴ്ചപ്പാടുകളും രീതിശാസ്ത്രവും മുല്ലാക്കഥകളുടെ ഇഷ്ടവിഷയങ്ങളാണ്. ഷെയ്ക്ക് ചില്ലിക്കഥകളെപ്പോലും ബീർബൽ കഥകളെപ്പോലെയും തെന്നാലിരാമൻകഥകളെപ്പോലെയും മുല്ലാക്കഥകൾ ചിരിയേക്കാൾ ചിന്തയ്ക്കാണ് മുൻതൂക്കം നൽകുന്നത്. ഒരു വ്യാഖ്യാതാവിന് വ്യത്യസ്ത കാഴ്ചക്കോണിലൂടെ സമീപിച്ച് വ്യാഖ്യാനിക്കാൻ കഴിയുന്നവയാണ് ഈ കഥകൾ. ഒരു സാധാരണക്കാരൻ മുതൽ ചക്രവർത്തിവരെയും പണ്ഡിതൻ മുതൽ പാമരൻവരെയും മുല്ലാക്കഥകളിൽ നിറഞ്ഞുനിൽക്കുന്നു. സമൂഹത്തെ നിശിതമായി വിമർശിക്കാൻ അദ്ദേഹം തന്റെ ഭാര്യയേയും കഴുതയേയും കഥകളിൽ കൊണ്ടുവന്നു. പലപ്പോഴും താൻതന്നെ മിക്ക തമാശകളിലും ആഖ്യാതാവായി. അഫ്ഗാനിലെ പ്രസിദ്ധനായ എഴുത്തുകാരൻ മുല്ലാക്കഥകൾ സമാഹരിച്ച് മൂന്ന് വാല്യങ്ങളായി പുറത്തിറക്കിയിട്ടുണ്ട്.

മുല്ലാ നസറുദ്ദീൻ എങ്ങനെ ലോകത്തിലെ ഏറ്റവും വലിയ തമാശക്കാരനായി? ഈ ചോദ്യത്തിന് ഉത്തരമായി ഒരു ഇതിഹാസകഥ മുല്ലയെക്കുറിച്ച് പറയപ്പെടാറുണ്ട്. അതിങ്ങനെയാണ്.

മുല്ല പഠിക്കുന്ന കാലത്ത് അവന്റെ സഹപാഠികൾ ഒരു ആട്ടിൻകുട്ടിയെ കൊന്ന് ചുട്ടുതിന്നു. അവരുടെ ടീച്ചറുടെ ആട്ടിൻകുട്ടിയായിരുന്നു അത്. ഒടുവിൽ കുറ്റവാളികളെ കയ്യോടെ പിടികൂടി. കുറ്റം ഏറ്റുപറഞ്ഞ രണ്ടു കുട്ടികളും തങ്ങൾ എങ്ങനെയാണ് ആട്ടിൻകുട്ടിയെ വകവരുത്തിയത് എന്ന് അധ്യാപകനുമുന്നിൽ വിവരിച്ചു. ഒരാൾ കഴുത്ത് ഞെക്കി ആടിനെ കൊല്ലുകയും രണ്ടാമൻ തോലുരിഞ്ഞ് അതിനെ വേവിക്കുകയും ചെയ്തത്രെ. അതിൽ മൂന്നാമനായി മുല്ലയും ഉണ്ടായിരുന്നു. പക്ഷെ, മുല്ല ആ തിന്മയിലൊന്നും പങ്കുചേരാതെ ഓരോ പ്രവർത്തിയും നോക്കി ചിരിക്കുകമാത്രം ചെയ്തു. ഗുരുതരമായ കുറ്റം ചെയ്ത സഹപാഠികൾക്ക് കടുത്ത ശിക്ഷ കിട്ടിയപ്പോൾ എല്ലാം നോക്കിചിരിച്ച മുല്ലയ്ക്ക് കൊടുത്ത ശിക്ഷ ലോകത്തെ നോക്കി ചിരിക്കാനാണത്രെ! ആ ചിരിയാണ് സമൂഹത്തെ നോക്കി മുല്ല ചിരിച്ചത്. അല്ലെങ്കിൽ ലോകത്തെ ചിരി

പ്പിച്ചുകൊണ്ടേയിരിക്കാനായിരുന്നു മുല്ലാനസറുദ്ദീന്റെ വിധി.

ആ കഥ എന്തുതന്നെയായാലും മുല്ല ഇന്നും നമ്മെ ചിരിപ്പിച്ചു കൊണ്ടിരിക്കുന്നു. ഈ ലോകം നിലനിൽക്കുന്ന കാലത്തോളം അത് തുടർന്നുകൊണ്ടേയിരിക്കും. മറ്റൊരാൾ ആ സ്ഥാനം ഏറ്റെടുക്കുന്ന കാലംവരെ.

അബ്ദുള്ള പേരാമ്പ്ര

അരവിന്ദ് വട്ടംകുളം

വല്ലാത്ത ചോദ്യം

ഒരു തണുത്ത പുലർകാലത്ത് മുല്ലാനസ റുദ്ദീൻ ആടുന്ന ഒരു കസേരയിലിരുന്ന് പാതി വേവിച്ച ഒരു മുട്ട ആസ്വദിച്ച് കഴിക്കുകയാ യിരുന്നു.

അപ്പോഴാണ് അതുവഴി അയൽക്കാരനായ ചങ്ങാതി കടന്നുവന്നത്. അയാൾ മുല്ലയെ നോക്കി ഇങ്ങനെ ചോദിച്ചു.

"അല്ല മുല്ലാ, ഈ അതിരാവിലെ തന്നെ ആടുന്ന കസേരയിലിരുന്ന് വേവിച്ച മുട്ട തിന്നുകയാണോ?"

മുല്ല ചോദ്യകർത്താവിനെ ഒന്നു നോക്കി യശേഷം തല താഴ്ത്തി സാവധാനം മുട്ട തിന്നാൻ തുടങ്ങി. അതിനിടയിൽ മുല്ല ഇങ്ങനെ മറുപടി കൊടുക്കാനും മറന്നില്ല.

"ഞാൻ പിന്നെ എന്താണ് ചെയ്യേണ്ടത് ചങ്ങാതീ? മുട്ടയുടെ മീതെയിരുന്ന് ആടുന്ന കസേര തിന്നണോ?"

ശബ്ദം പോണ വഴി

ഒരിക്കൽ മുല്ലാ നസറുദ്ദീൻ ഒരു കുന്നിന്റെ ഉച്ചിയിൽ കയറിനിന്ന് തൊണ്ട പൊട്ടുമാറുച്ചത്തിൽ എന്തൊക്കെയോ വിളിച്ചു കൂവാൻ തുടങ്ങി. എന്നിട്ട് കുന്നിറങ്ങി തെക്കോട്ട് ഓടെടാ ഓട്ടം. ഇതുകണ്ട് ഒരു വഴിപോക്കൻ മുല്ലയോട് തിരക്കി:

“അല്ല മുല്ലാ, ഇങ്ങനെ വിളിച്ചുകൂവിയ ശേഷം കുന്നിറങ്ങിയെന്തിനാണ് ഇത്ര വേഗത്തിൽ ഓടുന്നത്?”

“ഒന്നും പറയേണ്ട ചങ്ങാതി. ഞാനെന്റെ ശബ്ദം എത്ര ദൂരത്തെത്തി എന്നറിയാൻ പായുകയാണ്.”

ഇരുത്തം

ഒരിക്കൽ മുല്ലാ നസറുദ്ദീൻ തന്റെ കഴുത പ്പുറത്തിരുന്ന് ചന്തയിലേക്ക് പോവുകയായിരു ന്നു. കഴുതയുടെ പുറത്ത് വാൽഭാഗത്തേക്ക് മുഖം കൊടുത്താണ് മുല്ല ഇരുന്നിരുന്നത്. ഇതു കണ്ട വഴിയാത്രക്കാർ മുല്ലയോട് ഇങ്ങനെ തിര ക്കി.

"അല്ല മുല്ലാ, കഴുതയുടെ പുറത്ത് ഇങ്ങ നെയാണോ ഇരിക്കേണ്ടത്? താങ്കൾ തിരിഞ്ഞാ ണല്ലോ ഇരിക്കുന്നത്?"

അപ്പോൾ മുല്ല ഇങ്ങനെ പറഞ്ഞു.

"ഞാൻ ശരിക്കുതന്നെയാണ് ഇരിക്കുന്നത് സുഹൃത്തേ. കഴുതയാണ് തല തിരിഞ്ഞിരി ക്കുന്നത്."

വാനമ്പാടിയുടെ സംഗീതം

വളരെയധികം ദാരിദ്ര്യാവസ്ഥയിൽ കഴിയുന്ന കാലമാണ്. അങ്ങനെയിരിക്കെ വിശപ്പ് സഹിക്കവെയ്യാതെ മുല്ല നസറുദ്ദീൻ അയൽക്കാരന്റെ തോട്ടത്തിൽ കടന്ന് ഒരു മധുരനാരങ്ങാമരത്തിൽ വലിഞ്ഞു കയറി. രാത്രിതന്നെ തോട്ടമുടമ മുല്ലയെ കയ്യോടെ പിടികൂടി.

"എന്താ സുഹൃത്തേ വല്ലവരുടേയും തോട്ടത്തിൽ കയറിയാണോ നാരങ്ങ മോഷ്ടിക്കുന്നത്?"

മുല്ല പറഞ്ഞു.

"അതോ, ഞാനൊരു വാനമ്പാടിയായ കഥ നീയറിഞ്ഞില്ലേ? ആ വാനമ്പാടിയെ ഇങ്ങനെ കുറ്റപ്പെടുത്തരുത് ചങ്ങാതീ."

തോട്ടമുടമ ഉച്ചത്തിൽ ചിരിച്ചു. എന്നിട്ട് പറഞ്ഞു.

"ശരി. അങ്ങനെയെങ്കിൽ നീ ഒരു വാനമ്പാടിയെ പോലെ ഒന്നു പാടൂ. ഞാനൊന്ന് കേട്ട് മതിമറക്കട്ടെ."

അങ്ങനെ മുല്ല കർണകഠോര ശബ്ദത്തിൽ പാടാൻ തുടങ്ങി. തോട്ടക്കാരൻ മുല്ലയോട് പാട്ട് നിർത്താൻ ആവശ്യപ്പെട്ടു.

"ഇങ്ങനെയാണോ ഒരു വാനമ്പാടി പാടുന്നത്?"

"പിന്നെയല്ലാതെ സുഹൃത്തേ. രാത്രിയിൽ തോട്ടത്തിൽ കടന്ന് മധുരനാരങ്ങ മോഷ്ടിച്ചുതിന്നുന്ന വാനമ്പാടികൾ ഇങ്ങനെയാണ് പാടുന്നത്."

ഭാവിയും ഭൂതവും

ഒരു തണുപ്പുള്ള പുലർകാലത്ത് മുല്ലാ നസറുദ്ദീൻ തന്റെ തോട്ടത്തിൽ കടന്ന് ഒരു മരത്തിൽ വലിഞ്ഞുകയറി അതിന്റെ കൊമ്പ് മുറിക്കാൻ തുടങ്ങി. മരക്കൊമ്പ് പാതി മുറിഞ്ഞപ്പോഴാണ് മുല്ലയുടെ ചങ്ങാതി ആ കാഴ്ച കാണുന്നത്.

"മുല്ലാ, മുറിക്കേണ്ട കൊമ്പിലിരുന്നാണോ വെട്ടുന്നത്. ഇനിയും മുറിച്ചാൽ മുല്ല താഴെ വീണ് വല്ലതും സംഭവിക്കും തീർച്ച."

അതുകേട്ട് മുല്ല ഇങ്ങനെ സ്വയം മനസ്സിൽ പറഞ്ഞു.

"ഒരു ജോലിയും ചെയ്യാതെ തെക്കുവടക്കു നടന്ന് നാട്ടുകാരെ ഉപദേശിക്കുന്ന ചിലരുണ്ട്. അതിലൊരാളാണിയാൾ. അത് ചെയ്യേണ്ട, ഇതു ചെയ്യൂ എന്നൊക്കെ പറയാൻ ഇയാളാരാണ്?"

അത്രയും മനസ്സിൽ പറഞ്ഞ് മുല്ല തന്റെ പ്രവൃത്തി തുടർന്നു. എന്തിനേറെ പറയുന്നു കൊമ്പ് പൊട്ടി മുല്ല നിലത്തേക്ക് പതിച്ചു. ഭാഗ്യത്തിന് കാര്യമായ പരിക്കൊന്നും പറ്റിയില്ല.

വീണയുടനെ മുല്ല പൊടിതട്ടി, ആ ചങ്ങാതി പോയ വഴിയേ ഓടി. ആ ഓട്ടത്തിനിടയിൽ മുല്ല ആരോടെന്നില്ലാതെ ഇങ്ങനെ വിളിച്ചു പറയുന്നുണ്ടായിരുന്നു.

"ഓ, ദൈവമേ, ആ മനുഷ്യനെ കണ്ടുകിട്ടിയാൽ എനിക്കെന്റെ ഭാവികാലം അറിയാമായിരുന്നു."

തെരുവിലെ അടി

തെരുവിൽ വെച്ച് മുല്ലയ്ക്ക് ഒരു അപരിചിതന്റെ അടി കിട്ടി. സുഹൃത്താണെന്ന് തെറ്റിദ്ധരിച്ച് ഒരു തമാശക്ക് അയാൾ ചെയ്തതാണ്.

അബദ്ധം മനസ്സിലായതോടെ അയാൾ മുല്ലയോട് മാപ്പിരന്നു. എന്നാൽ അതുകൊണ്ടൊന്നും മുല്ല ക്ഷമിച്ചില്ല. ഒടുവിൽ കേസ് കോടതിയിലെത്തി. ജഡ്ജിയുടെ മുന്നിൽ വെച്ച് മുല്ല നടന്നതെല്ലാം വിസ്തരിച്ചു.

ജഡ്ജി പറഞ്ഞു.

"മുല്ല തിരിച്ചും അയാളെ ഒന്നു തല്ലൂ. അതോടെ പ്രശ്നം കഴിയുമല്ലോ?"

എന്നാൽ മുല്ല അതിനു വഴങ്ങിയില്ല.

"എങ്കിൽ ഒന്നാമൻ മുല്ലയ്ക്ക് ഒരു സ്വർണ നാണയം ഇനാമായി കൊടുക്കട്ടെ."

മുല്ലയ്ക്ക് സമ്മതമായി. ഒന്നാമൻ സ്വർണ നാണയവുമായി വരാമെന്ന് പറഞ്ഞ് കോടതിയിറങ്ങിപ്പോയി.

മണിക്കൂറുകൾ കാത്തുനിന്നിട്ടും വരാമെന്നു പറഞ്ഞയാൾ തിരിച്ചെത്തുകയുണ്ടായില്ല. കാത്തിരുന്ന് മുഷിഞ്ഞ മുല്ല ജഡ്ജിയുടെ മുഖത്ത് ആഞ്ഞൊരടി. എന്നിട്ട് ഇങ്ങനെ പറയുകയും ചെയ്തു.

"പോയ ആൾ തിരിച്ചുവരുമ്പോൾ കൊടുത്തേക്കണേ. മറക്കണ്ട."

മാറ്റി പറയാത്തത്

മുല്ലാ നസറുദ്ദീനോട് ഒരു സുഹൃത്ത് മുല്ല യുടെ വയസ്സ് ചോദിച്ചു.

"നാല്പത്"

മുല്ല പറഞ്ഞു. പത്ത് വർഷം കഴിഞ്ഞ് അതേ സുഹൃത്ത് മുല്ലയോട് വീണ്ടും പ്രായമെന്താണെന്ന് തിരക്കാനിടയായി. അപ്പോഴും മുല്ല പറഞ്ഞു.

"നാല്പത്"

"പക്ഷെ, പത്ത് വർഷങ്ങൾക്കുമുമ്പ് ഇതേ വയസ്സല്ലേ പറഞ്ഞത്?"

സുഹൃത്ത് ചോദിച്ചു.

"അതെ"

മുല്ല പറഞ്ഞു. എന്നിട്ട് ഇത്രയുംകൂടി കൂട്ടിച്ചേർത്തു.

"ഒരു ഗായകൻ പല ട്യൂണിൽ പാടുന്നതുപോലെ എനിക്ക് കഴിയില്ല സുഹൃത്തേ. എനിക്ക് ഒരു ട്യൂണേ വശമുള്ളൂ".

ബാർബർ

മുല്ലാ നസറുദ്ദീൻ ഒരിക്കൽ ഒരു ബാർബർ ഷോപ്പിൽ കയറി മുടി മൊട്ടയടിക്കാനിരുന്നു. തീരെ തൊഴിൽ പരിചയമില്ലാത്തതിനാൽ മുല്ല യുടെ തല പലയിടത്തും മുറിഞ്ഞ് ചോര പൊടി ഞ്ഞുകൊണ്ടിരുന്നു. ചോര വന്നിടത്തൊക്കെ ബാർബർ തുണിക്കഷണംവെച്ച് പൊതിഞ്ഞു കൊണ്ടിരുന്നു.

സഹികെട്ടപ്പോൾ മുല്ല ബാർബറെ നോക്കി ഇങ്ങനെ പറഞ്ഞു.

“നോക്കൂ, നീയെന്റെ തലയുടെ പകുതി യോളം കോട്ടൺകൃഷി ചെയ്തുകഴിഞ്ഞു. ഇനി മതി. ബാക്കി ഭാഗത്ത് എനിക്ക് ബാർലി കൃഷി ചെയ്യാനുണ്ട്.”

ഉറക്കം അന്വേഷിച്ച്

ഒരിക്കൽ നട്ടപ്പാതിരക്ക് മുല്ല നസറുദ്ദീൻ തെരുവിലൂടെ നടക്കുകയായിരുന്നു. ഇത് പാറാവുകാരനായ ഒരു പട്ടാളക്കാരൻ കാണാനിടയായി.

“മുല്ലാ, നിങ്ങൾ ഈ തെരുവിൽ എന്ത് അന്വേഷിച്ചാണ് നടക്കുന്നത്. അതും ഈ പാതിരാത്രിയിൽ?”

“ഹേയ് ഒന്നുമില്ല. ഞാനെന്റെ ഉറക്കം എവിടെയാണ് പോയി ഒളിച്ചതെന്ന് അന്വേഷിക്കുകയാണ്.”

മുല്ല അങ്ങനെ പറഞ്ഞുകൊണ്ട് വീണ്ടും നടക്കാൻ തുടങ്ങി.

അവിശ്വസനീയമായ ഒരു ഒട്ടകം

ജോലി ചെയ്ത് മുല്ല കുറേ പണം സമ്പാദിച്ചു. എന്നാൽ പണം സുരക്ഷിതമായി സൂക്ഷിക്കാൻ ഒരിടം മുല്ലയ്ക്ക് കണ്ടെത്താനായില്ല. ഓരോയിടത്തും പണം വെയ്ക്കും. ആരെങ്കിലും മോഷ്ടിക്കുമോ എന്ന് പേടിച്ച് അതെടുത്ത് മറ്റൊരിടത്ത് വെയ്ക്കും. ഇങ്ങനെ പല സ്ഥലങ്ങൾ മാറി വെച്ചിട്ടും മുല്ലയുടെ മനസ്സിന് ശാന്തി ലഭിച്ചില്ല.

അങ്ങനെ ഒരു ദിവസം മുല്ല തന്റെ പണവുമെടുത്ത് ഒരു കുന്നിന്റെ മുകളിലെത്തി. എന്നിട്ട് കുന്നിന്റെ ഒരു ഭാഗത്ത് പണം കുഴിച്ചിട്ടു. ശേഷം കുഴിയുടെ ഭാഗത്തായി ഒരു വടി നടുകയും ചെയ്തു. ഇവിടെനിന്നും ആരും തന്റെ പണം കണ്ടുപിടിക്കില്ല എന്ന സമാധാനത്തോടെ മുല്ല വീട്ടിലെത്തി.

എങ്കിലും ഇതെല്ലാം ഒരു കള്ളൻ കാണുന്നുണ്ടായിരുന്നു. മുല്ല വീട്ടിലേക്ക് പോയ തക്കംനോക്കി കള്ളൻ പണമടങ്ങിയ ബാഗ് മണ്ണിൽനിന്നും മാന്തിയെടുത്തു. പണമെല്ലാം വാരി പോക്കറ്റിലിട്ടശേഷം കള്ളൻ ബാഗിൽ ഒട്ടകച്ചാണകം നിറച്ച് അവിടെത്തന്നെ കുഴിച്ചിട്ടു.

ദിവസങ്ങൾ കഴിഞ്ഞ് മുല്ലയ്ക്ക് കുറച്ച് കാശിന്റെ ആവശ്യം നേരിട്ടു. മുല്ല കുന്നിൻ മുകളിലെത്തി മണ്ണ് മാന്താൻ തുടങ്ങി. പക്ഷെ, ബാഗിൽ പണത്തിന് പകരം ഒട്ടകച്ചാണകം കണ്ട് മുല്ല അത്ഭുതപ്പെട്ടു.

"ഓ, ഇത് അത്ഭുതമായിരിക്കുന്നു. മനുഷ്യൻ പോലും കയറിവരാൻ മടിക്കുന്ന ഈ കുന്നിൽ എങ്ങനെ ഒരു ഒട്ടകമെത്തി?

മുകളിൽനിന്നുള്ള ഉത്തരം

കാറ്റിൽ മുല്ലയുടെ മേൽക്കൂരയ്ക്ക് ചില കേടുപാടുകൾ പറ്റി. അതിരാവിലെ തന്നെ മുല്ല മേൽക്കൂരയിൽ കയറി പൊട്ടിയ ഭാഗങ്ങൾ നന്നാക്കുകയായിരുന്നു.

അപ്പോഴാണ് വാതിലിൽ ആരോ മുട്ടുന്നത് കേട്ടത്.

"ആരാണ്?"

മുല്ല വിളിച്ചുചോദിച്ചു.

"ഒരു പ്രധാനപ്പെട്ട കാര്യം പറയാനുണ്ടായിരുന്നു. നിങ്ങൾ മേൽക്കൂരയിൽനിന്നും താഴോട്ടിറങ്ങിയാൽ ഞാനത് പറയാം."

ആകാംക്ഷയോടെ മുല്ല വീടിന്റെ മേൽക്കൂരയിൽ നിന്നും പ്രയാസപ്പെട്ട് താഴെ ഇറങ്ങി വാതിൽ തുറന്നു.

"ഉം. ഇനി പറയൂ. എന്താണ് ആ വിശേഷപ്പെട്ട കാര്യം?"

"അതോ, താങ്കൾ ഒരു പാവപ്പെട്ട മനുഷ്യന് കുറച്ച് പണം കടംകൊടുക്കുമോ എന്നറിയാനായിരുന്നു."

മുല്ല ഒന്നും പറയാതെ അയാളെയുംകൊണ്ട് വീടിന്റെ മേൽക്കൂരയിലെത്തി. ഉച്ചിയിലെത്തിയപ്പോൾ മുല്ല പറഞ്ഞു.

"ഇല്ല."

ഇതുകേട്ട് അയാൾക്ക് ദേഷ്യം വന്നു.

"ഇക്കാര്യം നിങ്ങൾക്ക് താഴെനിന്ന് തന്നെ പറഞ്ഞാൽ പോരായിരുന്നോ?"

അപ്പോൾ മുല്ല പ്രതിവചിച്ചു.

"പറഞ്ഞാൽ മതിയായിരുന്നു. പക്ഷെ, നിനക്കും ആ കാര്യം ഓർക്കാമായിരുന്നു."

രണ്ട് ലോകം

മുല്ലാ നസറുദ്ദീന്റെ രസകരവും ചിന്തോദ്ദീപകവുമായ ഉത്തരങ്ങൾ നാടെങ്ങും പ്രസിദ്ധമാണ്. അതു കേൾക്കാൻ പലയിടങ്ങളിൽ നിന്നും ആളുകൾ വരും.

ഒരുനാൾ ദൂരദേശത്തുനിന്നും ഒരപരിചിതൻ മുല്ലയെ തേടിയെത്തി. അയാൾ മുല്ലയെ കണ്ട മാത്രയിൽ ഒരു ചോദ്യം ഉന്നയിച്ചു.

"അല്ലയോ മുല്ലാ, താങ്കൾക്ക് ഒരു ചെറുചോദ്യത്തിന് ഉത്തരം നൽകാൻ പറ്റുമോ?'

"ചോദ്യം ചോദിക്കൂ. എന്നിട്ടല്ലേ ഉത്തരം?"

''നാം മനുഷ്യൻ എവിടെനിന്നു വന്നു എങ്ങോട്ടു പോവുന്നു?"

"ഹോ. അത് വളരെ ഭീകരമായ രണ്ട് കാര്യങ്ങളല്ലേ സുഹൃത്തേ."

മുല്ല ഒന്നു നിർത്തി. എന്നിട്ട് തുടർന്നു.

"നാം കുട്ടികളായി പിറക്കുമ്പോൾ കരച്ചിലും ബഹളവും തന്നെ. കൈകാലിട്ടടിച്ച് മൂത്രമൊഴിച്ച്... ഇനി മരിക്കുമ്പോഴോ? അതും ഭീകരം. മറ്റുള്ളവർ നെഞ്ചത്തടിച്ചും കരഞ്ഞും... ഹോ..."

മുല്ലയുടെ ഉത്തരം കേട്ട് അയാൾ ശരിക്കും തലയാട്ടിപ്പോയി.

നസറുദ്ദീനും ചക്രവർത്തിയും

അയൽദേശത്തെ ഒരു ചക്രവർത്തി മുല്ല യുടെ നാട്ടിൽ അതിക്രമിച്ചുകടന്ന് അയാളെ ബന്ധനസ്ഥനാക്കി കൊട്ടാരത്തിൽ കൊണ്ടുവ ന്നു. രണ്ടുദിവസം കഴിഞ്ഞ് മുല്ലയെ ചക്രവർത്തി യുടെ മുന്നിൽ ഹാജരാക്കി.

മുല്ലാ നസറുദ്ദീനെ കണ്ട് ചക്രവർത്തി ഇങ്ങ നെയൊരു സംശയം ചോദിച്ചു.

"മുല്ലാ, ചില ഭരണകർത്താക്കളെ ദൈവ ത്തിന്റെ പേര് ചേർത്ത് പറയാറുണ്ടല്ലോ. ഉദാഹ രണത്തിന് God-gifted, God-Bestowed എന്നൊ ക്കെ. എന്നെക്കുറിച്ച് അങ്ങനെയൊരു വാക്ക് പറ യാമോ?"

ഉടൻ വന്നു മുല്ലയുടെ ഉത്തരം.

"ഉണ്ട് ചക്രവർത്തി. 'God--Forbid' എന്ന്. (ദൈവം ഒളിച്ചുവെച്ചത്)

കഠിനാധ്വാനി

മുല്ലയ്ക്ക് ഒരു പോർട്ടിൽ ജോലികിട്ടി. ഗോതമ്പുചാക്കുകൾ ചുമന്ന് ഷോപ്പിൽ എത്തിക്കുന്നതായിരുന്നു തൊഴിൽ. മറ്റെല്ലാവരും രണ്ട് ചാക്കുകൾ ചുമക്കുമ്പോൾ മുല്ലമാത്രം ഒരു ചാക്ക് ചുമക്കുന്നത് സൂപ്പർവൈസറുടെ കണ്ണിൽപെട്ടു.

ഇത് ചോദ്യം ചെയ്ത സൂപ്പർവൈസറോട് മുല്ല ഇങ്ങനെയാണ് മറുപടി പറഞ്ഞത്.

നോക്കൂ, മറ്റുള്ളവരെപ്പോലെ മടിയനല്ല ഞാൻ. അവരെല്ലാം രണ്ട് നടത്തം നടക്കാൻ മടിച്ചിട്ടാണ് രണ്ട് ചാക്കുകൾ ചുമക്കുന്നത്. ഞാനോ? ഒരു മടിയുമില്ലാത്തതുകൊണ്ട് ഒരു ചാക്ക് ചുമന്ന് രണ്ട് നടത്തം നടക്കുന്നു.”

നഷ്ടപ്പെട്ട കഴുത

മുല്ലാ നസറുദ്ദീൻ ഒരു കഴുതയെ വളർത്തിയിരുന്നു. ഒരിക്കൽ ആ കഴുതയെ കാണാതായി. കാണാതായ രാത്രി തന്നെ മുല്ല കഴുതയെയും അന്വേഷിച്ച് തെരുവിലെത്തി.

വഴിയിൽ വെച്ച് മുല്ല ഒരു യാത്രക്കാരനെ കാണാനിടയായി. കണ്ടപാടെ മുല്ല തിരക്കി.

"ദൈവത്തിന് നന്ദിയുണ്ട്. എന്റെ കഴുതയെ അങ്ങ് വല്ലയിടത്തും കാണാനിടയായോ?"

"ഇല്ല സുഹൃത്തേ. പക്ഷെ, കഴുതയെ കാണാതായിട്ടും താങ്കളെന്തിനാണ് ദൈവത്തിന് നന്ദി പറയുന്നത്?"

"അതോ?"

മുല്ല ഉറക്കെ ഒന്നു ചിരിച്ചു. ചിരിയുടെ ഒടുവിൽ പറഞ്ഞു.

'കഴുതയെ കാണാതായത് നേര്. പക്ഷെ, ആ കഴുതപ്പുറത്ത് ഞാനും ഉണ്ടായിരുന്നെങ്കിലോ? എന്നെയും കാണാതാകുമായിരുന്നില്ലേ? അതോർത്തിട്ടാണ് ഞാൻ ദൈവത്തിന് നന്ദി പറഞ്ഞത്."

നസറുദ്ദീന്റെ ദുഃഖം

അങ്ങനെ മുല്ലാ നസറുദ്ദീന്റെ ഭാര്യ മരണപ്പെട്ടു. ആ ദിവസം തന്നെയാണ് കഴുതയും ചത്തത്. ഭാര്യ മരിച്ചതറിഞ്ഞ് മുല്ലയ്ക്ക് യാതൊരു ദുഃഖവും അനുഭവപ്പെട്ടില്ല. എന്നാൽ കഴുതയുടെ അഭാവം അയാളെ വേദനിപ്പിച്ചെന്നു മാത്രമല്ല, ഒരു രാത്രി മുഴുവൻ മുല്ല കണ്ണീരൊഴുക്കുകയും ചെയ്തു.

ഇത് കണ്ടപ്പോൾ പലർക്കും അൽഭുതമായി. സ്വന്തം ഭാര്യ മരിച്ചിട്ട് ഒന്നു കണ്ണീർ പൊഴിക്കുകപോലും ചെയ്യാത്ത മുല്ല കഴുത ചത്തു എന്നറിഞ്ഞപ്പോൾ കണ്ണീർ പൊഴിക്കുന്നു.

"അല്ല മുല്ലാ, ഭാര്യ മരിച്ചപ്പോൾ കരയാത്ത നിങ്ങൾ കഴുത ചത്തപ്പോൾ ഇങ്ങനെ കരയുന്നതെന്തിനാണ്?"

ഉടനെ വന്നു മുല്ലയുടെ മറുപടി.

"അതോ എന്റെ ഭാര്യ മരിച്ചപ്പോൾ അയൽക്കാരെല്ലാം വന്ന് കണ്ണീർ വാർക്കുകയും എനിക്ക് മറ്റൊരു സ്ത്രീയെ കല്യാണം കഴിച്ചു തരാമെന്ന് വാഗ്ദാനം ചെയ്യുകയും ചെയ്തു. പക്ഷെ, കഴുത ചത്തപ്പോൾ ആരും ഒരു വാഗ്ദാനവും നൽകിയില്ല. അത്രതന്നെ."

ഏഴ് ദിവസത്തെ അത്ഭുതം

മുല്ലയ്ക്ക് രണ്ട് ഭാര്യമാരുണ്ടായിരുന്നു. ആദ്യ ഭാര്യ മരണപ്പെട്ടപ്പോൾ ഒരിക്കൽക്കൂടി കല്യാണം കഴിക്കാൻ മുല്ല തീരുമാനിച്ചു. അങ്ങനെ സുഹൃത്തുക്കളെല്ലാം കൂടി മുല്ലയ്ക്ക് ഒരു സ്ത്രീയെ കണ്ടെത്തി. അയൽനാട്ടിലെ ഒരു വിധവയായിരുന്നു അവർ.

കല്യാണം കഴിഞ്ഞ് ഏഴാംനാൾ അവർ സുന്ദരനായ ഒരാൺകുഞ്ഞിനെ പ്രസവിച്ചു. അതറിഞ്ഞ സന്തോഷത്തോടെ മുല്ല പട്ടണത്തിലേക്കോടി. എന്നിട്ട് ഒരു കടയിൽ കയറി കുട്ടിക്ക് വേണ്ട പെൻസിൽ, സ്ലേറ്റ്, നോട്ട്ബുക്ക് എന്നിവ വാങ്ങി തിരിച്ചെത്തി.

ഇതുകണ്ട ഭാര്യ അത്ഭുതപ്പെട്ടു.

"നിങ്ങൾക്കെന്താ ഭ്രാന്തു പിടിച്ചോ? വെറും മൂന്ന് ദിവസം മാത്രം പ്രായമുള്ള കുഞ്ഞിനാണോ ഇപ്പോഴേ ഇതൊക്കെ വാങ്ങിവന്നിരിക്കുന്നത്?

"അതേടീ, ഏഴ്ദിവസംകൊണ്ട് നിനക്ക് പ്രസവിക്കാമെങ്കിൽ, അവന് ഇതൊക്കെ ഇപ്പോഴേ വേണ്ടിവരും." മുല്ലയുടെ വാക്കുകൾ ആ സ്ത്രീക്ക് ശരിക്കും ഏറ്റെന്ന് പറഞ്ഞാൽ മതിയല്ലോ!

ഇന്നത്തെ ദിവസം

ഒരിക്കൽ മുല്ല നസറുദ്ദീൻ അയൽപക്കദേശത്ത് ഒരു വിരുന്നിന് പോയി. കുശാലായ സൽക്കാരത്തിനുശേഷം മുല്ല പട്ടണം കാണാനായി കഴുതപ്പുറത്ത് സഞ്ചരിക്കുകയായിരുന്നു.

അപ്പോൾ അന്നാട്ടിലെ ഒരു വഴിപോക്കൻ മുല്ലയോട് തിരക്കി.

"ഹേ, ഇന്നേതാ ദിവസം?"

മുല്ലയുടെ മറുപടി ഇങ്ങനെയായിരുന്നു.

"ഞാനീ പട്ടണത്തിൽ അടുത്ത് വന്നതാണ്. അതുകൊണ്ട് ഇവിടുത്തെ ദിവസത്തെക്കുറിച്ച് എന്നോട് ചോദിക്കരുത്. ഇന്നാട്ടിലെ മറ്റാരോടെങ്കിലും ചോദിക്കുന്നതാവും നല്ലത്."

കൃഷിയുടെ വിഹിതം

മുല്ലാ നസറുദ്ദീന് ഒരു കൃഷിത്തോട്ടമുണ്ടായിരുന്നു. ഒരു വർഷം മുല്ല അതിൽ നിറയെ ബാർലി കൃഷിചെയ്തു. കൃഷിക്ക് കപ്പം കൊടുക്കേണ്ടിയിരുന്നതിനാൽ അക്കൊല്ലവും മുല്ല പതിവ് തെറ്റിച്ചില്ല. എന്നാൽ അസൂയാലുവായ അയൽക്കാരൻ, മുല്ല രാജാവിന് കൊടുക്കുന്ന കപ്പം തുലോം കുറവാണെന്ന് കൊട്ടാരത്തിൽ വന്ന് അറിയിച്ചു. അത് ബോധ്യപ്പെടാനായി രാജാവ് രണ്ട് സേവകന്മാരെ മുല്ലയുടെ കൃഷിത്തോട്ടത്തിലേക്ക് പറഞ്ഞയക്കുകയുണ്ടായി.

കൃഷിത്തോട്ടം കണ്ട സേവകന്മാർക്ക് അയൽക്കാരൻ

പറഞ്ഞത് സത്യമാണെന്ന് ബോധ്യപ്പെട്ടു.

"മുല്ലാ, നിങ്ങൾ സർക്കാരിലേക്ക് അടയ്ക്കുന്ന കപ്പം വളരെ കുറവാണ്. ഇക്കുറി അതുപോര. അതുകൊണ്ട് ബാർലിയുടെ പകുതിയെങ്കിലും തന്നേ മതിയാവു."

മുല്ല പറഞ്ഞു.

"ഓഹോ, അതിനെന്തിന് ഖേദിക്കണം. ഇക്കുറി പകുതി തന്നെ തന്നേക്കാം. പക്ഷെ, ഒരു കാര്യം. കൃഷിത്തോട്ടത്തിൽ ഏത് ഭാഗം വേണമെന്ന് പറയണം. കൃഷിയിടത്തിന് മുകളിലേക്ക് വളർന്ന ഭാഗമോ, അതോ അല്ലാത്തതോ?"

പരിചാരകൻ പെട്ടെന്ന് പറഞ്ഞു.

"അതിനെന്ത് സംശയം. കൃഷിയിടത്തിന് മുകളിലേക്ക് വളർന്നത് തന്നെ മതി."

അങ്ങനെ അവർ പോയി. വിളവെടുപ്പിനായപ്പോൾ കൊട്ടാരത്തിൽനിന്നും പരിചാരകന്മാരെത്തി. എന്നാൽ കൃഷിയിടത്തിൽ കുറേ പുല്ലുമാത്രം വെട്ടിയിട്ടതാണ് അവർ കണ്ടത്. കലിമൂത്ത പരിചാരകൻ മുല്ലയുടെ വീട്ടിലെത്തി.

"അല്ല മുല്ലാ, നിങ്ങൾ എന്താണീ കാണിച്ചത്? ബാർലിയെല്ലാമെടുത്ത് വെറും പുല്ല് മാത്രം ബാക്കിവെച്ചത് എന്ത് വിചാരിച്ചിട്ടാണ്?"

അതുകേട്ട് മുല്ല ഒന്നു ചിരിച്ചു. എന്നിട്ട് പരിചാരകന്മാരെ നോക്കി പറഞ്ഞു.

"നിങ്ങളല്ലേ പറഞ്ഞത്, കൃഷിയിടത്തിന് മുകളിലേക്ക് വളരുന്ന ഭാഗമാണ് വേണ്ടതെന്ന്. അതുകൊണ്ട് വിളവ് ഞാനെടുത്തു. പുല്ല് നിങ്ങൾക്കും."

മുല്ലയുടെ സമ്പത്ത്

പട്ടണത്തിലെ ധനാഢ്യൻ ഒരു വിരുന്ന് സൽക്കാരം നടത്തുന്നുണ്ടെന്നറിഞ്ഞ് മുല്ലയും പോയി. വളരെ മുഷിഞ്ഞ വസ്ത്രമായിരുന്നു മുല്ല ധരിച്ചിരുന്നത്. അതുകൊണ്ടുതന്നെ പരിചാരകർ മുല്ലയെ ഒരു മൂലയിൽ പിടിച്ചിരുത്തി. മറ്റുള്ളവർ തിന്നതിന്റെ ബാക്കി കൊണ്ടാണ് സൽക്കരിച്ചത്.

രണ്ട് ദിവസം കഴിഞ്ഞപ്പോൾ വീണ്ടും ആ വീട്ടിൽ സൽക്കാരമുണ്ടായി. ഇത്തവണയും മുല്ല സൽക്കാരത്തിൽ പങ്കെടുത്തു. എന്നാൽ പുത്തനുടുപ്പുകളും, തലയിൽ രോമത്തൊപ്പിയും വെച്ചാണ് മുല്ല പാർട്ടിയിൽ എത്തിയത്.

മുല്ലയെ കണ്ടപാടേ പരിചാരകൻ ബഹുമാനപുരസ്സരം സ്വീകരിച്ച് ധനാഢ്യന്റെ അരികത്തുതന്നെ ഒരു സീറ്റ് തരപ്പെടുത്തി അതിലിരുത്തി. ഭക്ഷണം വിളമ്പിക്കഴിഞ്ഞപ്പോൾ പാത്രത്തിലുള്ളതെല്ലാം മുല്ല ഉടുപ്പിന്റെ കീശയിൽ ഇടാൻ തുടങ്ങി. ഇതുകണ്ട് ധനാഢ്യൻ ക്ഷോഭിച്ചു.

“നിങ്ങൾ എന്താണീ കാണിക്കുന്നത്? ഭക്ഷണം കഴിക്കാതെ ഉടുപ്പിന്റെ പോക്കറ്റിലിടുന്നോ?”

“അതേ എന്റെ ചങ്ങാതീ, നിങ്ങൾ എന്നെയല്ല, മറിച്ച് ഈ ഉടുപ്പുകളെയാണ് സൽക്കാരത്തിന് ക്ഷണിച്ചത്.”

നദിയുടെ മറുകര

നൂർ മുഹമ്മദ് മുല്ലാ നസറുദ്ദീന്റെ അടുത്ത ചങ്ങാതിമാരിൽ ഒരാളായിരുന്നു.

ഒരിക്കൽ അവർ നടക്കാനിറങ്ങി. കുറേദൂരം നടന്ന് അവർ ഒരു നദിക്കരയിലെത്തി. അപ്പോൾ നദിയിൽ വെള്ളം കുറവായിരുന്നു. മുല്ലയെ കാത്തുനിൽക്കാതെ നൂർമുഹമ്മദ് നദിയിലിറങ്ങി ഒരു രസത്തിന് മറുകരയിലെത്തി. പെട്ടെന്ന് മഞ്ഞുവീഴ്ചയും മഴയും നിമിത്തം നദിയിൽ വെള്ളം കേറി.

അപ്പോൾ നൂർമുഹമ്മദ് പേടിയോടെ മുല്ലയെ നോക്കി വിളിച്ചുചോദിച്ചു.

“അല്ലയോ സുഹൃത്തേ, എനിക്ക് മറുകരയിലെത്താൻ ഒരു വഴി പറഞ്ഞുതരികയോ, സഹായിക്കുകയോ ചെയ്യാമോ?”

ഇതുകേട്ട് മുല്ല നദിയെ ഒരുവട്ടം ഒന്നുനോക്കി. എന്നിട്ട് നൂർമുഹമ്മദിനോട് ഇങ്ങനെ പ്രതിവചിച്ചു.

“അല്ലയോ, സുഹൃത്തേ ഇപ്പോഴും നീ നദിയുടെ മറുകര തന്നെയാണല്ലോ!”

കഴുകനോ ആടോ?

മുല്ലയുടെ ഉറ്റ ചങ്ങാതിയായിരുന്നു റാബി മൂഷ്. അവർ നടക്കാനിറങ്ങുക പതിവാണ്. ഒരു വൈകുന്നേരം അവർ മരുഭൂമിയിലൂടെ നടക്കുമ്പോൾ ഒരു കാഴ്ച കണ്ടു. ദൂരെ ഒരിടത്ത് ഒരു ജീവി നിൽക്കുന്നു.

"അതൊരു കഴുകനാണ്."

റാബിമൂഷ് പറഞ്ഞു.

"ഹേയ്, അത് കഴുകനൊന്നുമല്ല. തീർച്ചയായും അതൊരു ആട് തന്നെയാണ്."

തർക്കം മൂത്തു. അവർ നടന്നുനടന്ന് ജീവിയുടെ അരികിലെത്തി. അപ്പോൾ പെട്ടെന്ന് അത് ചിറകുവീശി ആകാശത്തേക്കുയർന്നു.

"ഇപ്പോഴെന്തായി? ഞാൻ പറഞ്ഞില്ലേ അത് കഴുകനാണെന്ന്?"

അതു കേൾക്കേണ്ട താമസം മുല്ല പറഞ്ഞു.

"അല്ല സുഹൃത്തേ, അത് ചിറകുള്ള ഒരു ആടുതന്നെയാണ്."

അസാധാരണമായ നഗരം

ഒരിക്കൽ ചില കച്ചവടാവശ്യാർഥം മുല്ലാന സറുദ്ദീൻ അടുത്ത പട്ടണത്തിൽ ചെന്നു. അതി ശൈത്യം പെയ്യുന്ന പട്ടണമായിരുന്നു അത്. മുല്ലയ്ക്ക് കോച്ചിവിറയ്ക്കാൻ തുടങ്ങി.

എങ്ങനെയെങ്കിലും ഒന്നു തലചായ്ച്ചു കിട്ടി യാൽ മതിയായിരുന്നു എന്ന ഉദ്ദേശ്യത്തോടെ മുല്ല അടുത്തുകണ്ട സത്രത്തിന്റെ ഗെയിറ്റി ലേക്ക് നടന്നു.

അപ്പോൾ മുറ്റത്തുനിന്നും ഒരു നായ മുല്ല യെക്കണ്ട് ഉച്ചത്തിൽ കുരയ്ക്കാൻ തുടങ്ങി. മുല്ല ഒരു കല്ലെടുത്ത് നായയെ എറിഞ്ഞു. നായ തന്റെ ശബ്ദം ഉച്ചത്തിലാക്കി. വീണ്ടും ഒരു കല്ല് തപ്പിയെടുക്കാൻ മുല്ല നോക്കി. എന്നാൽ തണു പ്പിൽ അത് ഉറച്ചു മണ്ണിനോട് ചേർന്നിരുന്നു, അപ്പോൾ മുല്ല ഇങ്ങനെ വിചാരിച്ചു. “ഇതെന്ത് നാടാണ് ദൈവമേ, നായ്ക്കൾ നിർത്താതെ കുര യ്ക്കുന്നു. കല്ലുകളെല്ലാം ഭൂമിയിൽ ഉറച്ചുപോ വുകയും ചെയ്യുന്നു!”

നസറുദ്ദീന്റെ സമ്മാനം

കൃഷി ചെയ്യാനായി കുറച്ച് ഭൂമി നസറുദ്ദീന് ലഭിച്ചു. രാജാവിന്റെ പ്രത്യേക താൽപര്യപ്രകാരം കിട്ടിയതാണ്. ആദ്യവർഷം മുല്ല കൃഷിയിടത്തിൽ ഗോതമ്പ് വിതച്ചു നന്നായി വിളവെടുത്തു. രണ്ടാംകൊല്ലം വത്തക്കക്കൃഷിയാണ് മുല്ല ചെയ്തത്. അക്കൊല്ലവും നല്ല വിളവായിരുന്നു.

സന്തോഷവാനായ മുല്ല കുറച്ച് വിളഞ്ഞ വത്തക്കയുമെടുത്ത് കൊട്ടാരത്തിലേക്ക് പുറപ്പെട്ടു. രാജാവിന് സമ്മാനിക്കാനായിരുന്നു അവ.

വഴിക്കുവെച്ച് ഒരു സുഹൃത്ത് മുല്ലയോട് ചോദിച്ചു.

"രാജാവിന് വത്തക്ക സമ്മാനമായി കൊടുക്കുന്നതിലും നല്ലത് പൂക്കൾ കൊടുക്കുന്നതാണ്. അതാവുമ്പോൾ രാജാവിന് ഇഷ്ടപ്പെടുകയും ചെയ്യും."

സുഹൃത്തിന്റെ ഉപദേശം സ്വീകരിച്ച് മുല്ല നസറുദ്ദീൻ നല്ല മണമുള്ള പൂക്കൾ സംഘടിപ്പിച്ച് കൊട്ടാരത്തിലെത്തി. രാജാവിനെ മുഖംകാണിച്ച് മുല്ല പൂക്കൾ കയ്യിൽ കൊടുത്തു.

എന്നാൽ ആ സമയത്ത് ചില അതിർത്തി പ്രശ്നങ്ങൾ രാജാവിനെ അലട്ടിയിരുന്നതിനാൽ രാജാവ് വലിയ കോപത്തിലായിരുന്നു. ആയതിനാൽ പൂക്കൾ തുണ്ടംതുണ്ടമാക്കി രാജാവ് മുല്ലയുടെ മുഖത്തേക്ക് വലിച്ചെറിഞ്ഞു.

നിരാശനായി വീട്ടിലേക്ക് തിരിച്ചുനടക്കുമ്പോൾ മുല്ല ഇങ്ങനെ ആത്മഗതം ചെയ്തു. സുഹൃത്ത് പൂക്കൾ കൊടുക്കാൻ ഉപദേശിച്ചത് എത്ര നന്നായി. ഞാൻ വത്തക്കയാണ് കൊടുത്തിരുന്നതെങ്കിൽ ഇന്ന് ഞാനില്ല.

നീന്തലിന്റെ പാഠം

മുല്ലയുടെ വീടിന്റെ തൊട്ടപ്പുറം ഒരു നദിയാണ്. വർഷകാലമായാൽ നദി കരകവിയും. ആളുകൾക്ക് മറുകര പറ്റാൻ തോണിയെ ആശ്രയിക്കുകയേ നിവൃത്തിയുള്ളൂ. അങ്ങനെ ഒരു തോണിക്കാരനായാലോ എന്ന് മുല്ല ചിന്തിച്ചു. ധാരാളം ആളുകളെ പരിചയപ്പെടുകയും പണം സമ്പാദിക്കുകയും ചെയ്യാം.

പിറ്റേന്ന് ഒരു തോണി സംഘടിപ്പിച്ച് മുല്ലാ നസറുദ്ദീൻ പുഴക്കടവിലെത്തി. പ്രതീക്ഷിച്ചതു പോലെ ധാരാളം വ്യക്തികൾ പുഴയ്ക്കക്കരേക്കും തിരിച്ചും കയറാനുണ്ടായിരുന്നു. വൈകുന്നേരമായപ്പോഴേക്കും കൈനിറയെ പണം. നല്ല കുശാൽ.

അങ്ങനെയിരിക്കെ ഒരുനാൾ തോണിയിൽ ഒരു സ്കൂൾടീച്ചർ കയറാനിടയായി. ടീച്ചർ ഇംഗ്ലീഷിലെ ചില ഗ്രാമറുകളെക്കുറിച്ച് മുല്ലയോട് ചോദിച്ചു. എന്നാൽ മുല്ലയ്ക്ക് അതൊന്നും അറിയില്ലായിരുന്നു. തോണിയിലെ മറ്റു യാത്രക്കാർക്കിടയിൽ വെച്ച് ആ സ്കൂൾ ടീച്ചർ മുല്ലയെ പരിഹസിച്ച് ചിരിച്ചു.

“ഇംഗ്ലീഷ് ഗ്രാമർ അറിയില്ലെങ്കിൽ ഒരാളുടെ ജീവിതത്തിലെ പകുതിയും കഴിഞ്ഞു എന്നു കരുതിയാൽ മതി.”

മുല്ലയ്ക്ക് നിരാശയും കോപവും വന്നെങ്കിലും ഒരക്ഷരം മിണ്ടാതെ തോണി തുഴഞ്ഞുകൊണ്ടിരുന്നു.

പുഴയുടെ മധ്യേ തോണിയെത്തിയപ്പോൾ മുല്ല ചില വിദ്യകൾ കാട്ടാൻ തുടങ്ങി. തോണി വല്ലാതെ ഉലഞ്ഞു. വെള്ളം തോണിയിലേക്ക് കയറി. പരിഭ്രാന്തയായ സ്കൂൾടീച്ചർ ആർത്തു കരയാൻ തുടങ്ങി.

‘‘എന്തിനാ ഇങ്ങനെ മോങ്ങുന്നത്? നിങ്ങൾക്ക് നീന്തൽ അറിയാമല്ലോ?’’

‘‘നീന്തലോ? അത് എങ്ങനെയാണെന്നു പോലും എനിക്കറിയില്ല.’’

അപ്പോൾ മുല്ല പറഞ്ഞു.

‘‘നീന്തൽ അറിയില്ലെന്നോ? എങ്കിൽ നിങ്ങളുടെ ജീവിതം മുഴുവൻ ഇവിടെ കഴിഞ്ഞു. തോണി മുങ്ങാൻ പോവുകയാണ്.’’

അവൾ ഉച്ചത്തിൽ കരയാൻ തുടങ്ങി.

•••